சாதனை மேல் சாதனை சாத்தியமே

ர.கேசவமூர்த்தி

ஏலே பதிப்பகம்

சாதனை மேல் சாதனை சாத்தியமே – கவிதைகள்
© ர. கேசவமூர்த்தி 2021
எழுத்தாளர்: ர. கேசவமூர்த்தி

முதல் பதிப்பு: அக்டோபர் 2021

வெளியீடு:
ஏலே பதிப்பகம்
5/175, பாத்திமா நகர்,
கூத்தென்குழி,
திருநெல்வேலி – 627104
தொடர்புக்கு: 9944992571

Sathanai mael saathanai - Poetry
All CopyRights Reserved By © R.Kesavamurthi 2021
Author: R.kesavamurthi
First Edition: October 2021

Published By:
Aelay Publish
5/175, Fathima nagar,
Kuthenkuly,
Tirunelveli -627104
Phone: 9944992571

Design And Executed by

ISBN : 978-93-5533-190-8
Page : 60

அணிந்துரை

திரு. ர. கேசவமூர்த்தி ஐயா அவர்களின் கவிதை நூலுக்கு நான் அணிந்துரை எழுதுவதில் மிக்க மகிழ்ச்சி அடைகிறேன். நான் முதலில் இந்த கவிதைப் பயணம் எப்படி துவங்கியது என்று சொல்லியே ஆகவேண்டும். ஒரு மனிதனுக்கு ஆர்வமும் ஆற்றலும் இருந்தால் போதும் எந்த துறையிலும் தன் திறமையையும் புலமையையும் மேம்படுத்திக் கொள்ள முடியும் என்பதற்கு ஐயா அவர்களே சிறந்த உதாரணம். ஆம் அப்படித்தான் அவரின் ஆர்வத்தின் காரணமாக தான் இந்தக் கவிதைகளும் காவியமாகி இருக்கிறது. ஒவ்வொரு முறை கவிதை எழுதிய பின்பும் எனக்கு அனுப்பி பின்னூட்டம் கேட்பார், ஏதேனும் பிழை இருக்கிறதா மேம்படுத்த வேண்டியவை எது என்று இப்படித்தான் அவருடைய கவிதை பயணம் துவங்கியது. ஒவ்வொரு முறையும் நடப்பு நிகழ்வுகளையும் எதார்த்தமான உண்மையையும் தனது கவிதையின் மூலமாக மாணவர்களிடையே கொண்டு செல்ல வேண்டும் என்ற நோக்கில் அவருடைய கவிதை அமைந்தது.

அவர் கற்பிக்கும் ஆசிரியராக மட்டும் சிறந்தவர் அல்ல கற்கும் மாணவர்களில் சிறந்தவர். ஏனென்றால் ஏதோ கவிதை எழுதுகிறோம் என்று அல்லாமல் தன் உள்ளத்தில் உதித்த கருத்துகளை கவிதைகளாக்கினார். அதுவும் தொடர்ச்சியாக ஒவ்வொரு நாளும் காலையில் புலனத்தில் வரும் முதல் செய்தி அவருடைய கவிதையாகத்தான் இருக்கும். அவருடைய ஆர்வத்தை கண்டு நானே சில நேரங்களில் வியந்துள்ளேன். "ஐந்தில் வளையாதது ஐம்பதில் வளையாது "என்பார்கள் அப்படியெல்லாம் இல்லை நாம் நினைத்தால் வளைக்க முடியும் என்று நிருபித்து உள்ளார் எனதருமை ஆசான் கேசவமூர்த்தி அவர்கள். நான் அறிவேன் தமிழில் அந்த அளவிற்கு அவருக்கு புலமை இல்லை என்று ஆனால் தொடர் முயற்சியின் காரணமாக இன்று ஒரு கவிஞராக உருவெடுத்து இருப்பது நிறைந்த மகிழ்ச்சியை அளிக்கிறது. முடியும் என்று எண்ணி துணிந்தால் எல்லாம் முடியும்!!!

-- **தங்கள் மாணவி**
தமிழினி மாலதி

நட்புரை

இவ்வுலகில் விலை கொடுத்து வாங்க முடியாதது அனுபவங்கள் மட்டுமே! அந்த அனுபவத்தை தான் இக்கவிதைகள் உங்களுக்கு உணர்த்தும். மிகவும் ஆழமானக் கவிதைகள். அது உங்களை மாற்றக் கூடியது.

தன் வாழ்க்கையில் தான்
கற்றுகொண்டதை எழுத்துகளுடன் சேர்த்து
வசனமாய் வடிவமைத்து இருக்கிறார். ஒரு ஆசானுக்கு மிகவும் முக்கியமான ஒன்று மாணவர்களிடம் நட்பாக பழகுவது தான். அதை நான் இவரிடம் கண்டேன். இவர் எங்களை போன்ற மாணவர்களுக்கு ஆசானாக இருந்ததை விட பல சமயம் நல்ல நண்பராக இருந்திருக்கிறார்.

நட்புடன்
சு. யோகப்பிரியா

முன்னுரை

இந்த கவிதை தொகுப்பு திட்டமிட்டு எழுதியது அல்ல. பல நூறு மாணவர்களிடம் ஒரு ஆசிரியனாக பழகும் வாய்ப்பு கடந்த வருடம் இணைய வழி வகுப்பு வாயிலாக கிடைத்தது. அவர்களை ஊக்குவிக்கும் வகையில் செய்த செயல்களில் கவிதையும் ஒன்று. மாணவர்கள் ஆர்வம் பெருகப் பெருக கல்வி, நல் குணம், வேலை, தொழில் என பல தலைப்புகளில் கவிதைகள் நாளுக்கு ஒன்று வீதம் படைக்கப்பட்டன.

இதற்கு ஊன்றுகோளாக இருந்தவர்கள் என் பாசத்திற்குரிய மாணவர்கள் தான். சில மாணவர்கள் கவிதையில் கைதேர்ந்தவர்களாக இருந்தனர். அவர்களே என் ஆசானாக உருவெடுத்தனர். சில பள்ளி ஆசியர்கள் என் கவிதை நயம் கூட்டச் சொல்லியும் சந்தேகங்களை தீர்த்து வைத்தும் என்னை ஊக்குவித்தனர்.

என் மாணவர்களுக்கும் நான் உரையாடிய ஆசிரியர்களுக்கும் நன்றி. அணிந்துரை எழுதிய தமிழினி மாலதிக்கு நன்றி. பிழை திருத்தம் செய்த யோகப்பிரியா, உவேதா, மோகன்ராஜ், ஜோதி அவர்களுக்கும் நன்றி. எனக்கு உறுதுணையாக இருந்த என் குடும்பத்தினருக்கும் என் நண்பர்களுக்கும் நன்றி.

ர. கேசவமூர்த்தி

புத்தக உள்ளடக்கம்

1.ஈரடியின் ஆன்மா

தோசைகள் அன்பு அம்மாவின் கையின் இரு
திருப்பின் விளைவுகளே

அஃதே வள்ளுவனின் ஈரடியில் புதைந்தவை
எண்ணி லடங்கா கருக்களே
133 அதிகாரங்கள் 1330 குறள்கள் குறளின்
அங்க அடையாளங்களே

அறத்துப்பால் பொருட்பால் இன்பத்துப்பால்
முப்பிரிவுகள் அதன் உறுப்புக்களே
தெய்வநூல், தமிழ்மறை, பொய்யாமொழி,
முப்பால் என்பன புனை பெயர்களே

தெய்வப்புலவர் குறளின் ஆன்மா
ஓட்டு மொத்த மனித
வாழ்வியலின் அங்கங்களே

2. விவேகம் எனும் அன்னப் பறவை

பெட்ரோல் விலை உயர்வால் அவதி படுகிறேன்

மத்திய அரசு காரணமா இல்லை மாநில அரசா என்ற கட்சிகள்
பூசல் குரலால் வேதனை அடைகிறேன்
எண்ணெய் விற்பனை, உற்பத்தி, சர்வதேச அரசியல் என்ற
ஊடக உரையாடல் கண்டு குழம்பி போகிறேன்

ஆனால் ஆழ் மனதில் வினாக்கள் வருவதை உணர்கிறேன்

தொட்டதுக்கெல்லாம் வண்டி எடுப்பது, வண்டி இல்லாமல்
கல்லூரி செல்ல மறுப்பது எனப் பல செயல்கள் என்
சங்கடத்திற்கு காரணம் என வியக்கிறேன்

யார் காரணம் என்பதை விட எது காரணம் என அறிவதுதான்
விவேகம் என உணர்கிறேன்

3. 5 மணித்துளி பந்தம்

தயவுசெய்து தொந்தரவு செய்யாதே அம்மா, 5 நிமிடத்தில்
நானே எழுந்து விடுவேன் என்றேன்

5ந்தே நிமிடத்தில் சிற்றுண்டி முடித்தவுடன், புறப்படலாம் அப்பா
என்றேன்
இதோ 5 நமிடத்தில் இந்த வேலையை முடித்து விடுவேன்,
என்றான் தம்பி

என்ன அண்ணா நீங்க எனக்காக 5 நிமிடம் கூட காத்திருக்க
மாட்டிங்களா, என்றாள் தங்கை
காலில் சக்கரம் கட்டியது போல் ஓடாதீர்கள், ஒரு 5
நிமிடம்ஆகட்டும் என்றாள்மனைவி

கடைசி 5 நிமிடம் வேகமாக எழுதப்பா என்றார் ஆசிரியர்,
தேர்வு மையத்தில்
இன்னும் 5 நிமிடம் கிடைத்திருந்தால், நூறு மதிப்பெண்
பெறும் வாய்ப்பு கிடைத்திருக்கும் என்றான் தோழன்

இந்த 5 நிமிட பந்தம் ஒரு அழகு தான் என்று உணர்ந்தேன்,
என் 60 வயதில்

4. பள்ளி விடுதி வாழ்க்கையின் ரகசியங்கள்

வீட்டு வேலையும் இல்லை, உடன் பிறப்புகளின் ஒரியாட்டமும்
இல்லை
பாட்டியின் சீராட்டும் இல்லை, அவர் சுடும்
பனியாரமழும் இல்லை

சங்கடங்களை பகிர்ந்து ஆறுதல் பெற விடுதியில் அம்மாவும்
இல்லை, நல்ல மதிப்பெண் பெறுகிறாயா என்று கேட்டு
சங்கடப்படுத்த உறவினர்களும் இல்லை

தினமும் வெளியில் செல்லும் வாய்ப்பும் இல்லை, அதனால்
மாசுவின் தாக்கமும் இல்லை
சனி ஞாயிறு விடுமுறையில் இன்பத்துக்கு பஞ்சமும் இல்லை,
உறவினர்களின் வருகையும் இல்லை

திறன் போட்டிக்கும் விளையாட்டுக்கும் குறையும் இல்லை,
வெற்றி தோல்வி தாக்கமும் அதிகம் இல்லை
விடுதியில் ஆசான் சீடன் பாகுபாடும் இல்லை, கற்றலுக்கு
குறையும் இல்லை.

இவையாவும் ரகசியமும் இல்லை

5. தோல்வியே வெற்றியின் முதற்படி

இச் சொற்றொடர் மோனா லிசா ஓவியம் போல்
ஒரு புரியாத புதிரா?
புரிதலின் வகைகள் என்னவோ?
முதலில் தோல்வி பின்னர் தான் வெற்றி என்றா?
முதலில் தோல்வி கண்டால் துவண்டு விடாதே என்றா?
முதலில் தோல்வி கண்டால் மறு முறை நிச்சயம்
வெற்றி என்றா?
தோல்வி தழுவுவோர்க்கு ஆறுதல் வார்த்தைகள் என்றா?
தோல்வி தழுவுவோர் கற்க பாடங்கள் உள என்றா?
தோல்வி இன்றி சகலமும் வெற்றி காண இயலாது என்றா?
பல நிலைகளில் பல புரிதல்கள்!?

6. அறம் செய்ய விரும்பு

அறம் செய்ய விரும்பு ஒளவை பாட்டியின் கூற்று
அறம் செய்ய நிர்பந்தம் இல்லை என்று பொருள் ஆகுமோ?
அறம் இன்றியமையாதது என்று பொருள் ஆகுமோ?

அறம் செய்ய விரும்பு, பின் செய்தல் அனிச்சையாய் தொடரும்
என்று பொருள் ஆகுமோ?
அறம் செய்ய விரும்புவதே அறம் செய்வதற்கு சமம் என்று
பொருள் ஆகுமோ?

அறம் செய் கட்டளை கூற்று இக்காலத்திற்கு பொறுத்தமோ?
இதில் யாருக்கேனும் சந்தேகம் பிறக்குமோ?

7. 21ம் நூற்றாண்டு ஆத்திச்சூடி

அன்னதானம் செய்
ஆவேசம் தவிர்

இயன்றவரை உதவு
ஈகைக்கு தடை வேண்டா

உலகத்துடன் ஒன்றி வாழ்
ஊக்கமின்மை கைவிடு

எண்ணும் எழுத்தும் பயிழ்
ஏமாத்து வணிகம் தவிர்

ஐயம் இட்டு உண்

ஒன்றி வாழ்ந்தால் கோடி நன்மை
ஓதுவதை (வாசிப்பதை) தொடர்

ஔவை சொல்பட நட
எஃகுவின் வலிமை பெறு

8. வாழ்க்கை வாழ்வதற்கே

கொசுக்கள் ஏன் நம் காதில் ரீங்காரம் பாடுகின்றன,
மனிதர்களுக்கு பிடிக்கும் என்றா அல்லது தொந்தரவு செய்ய
வேண்டுமென்றா? இல்லை

பாம்புகள் ஏன் புற்றிலிருந்து வெளியே வருகின்றன, நம்மை
கடிப்பதற்கா? இல்லை

எறும்புகள் ஏன் தரையில் வரிசையாக நகர்கின்றன,
நமக்கு வரிசையில் நின்று வணக்கம் போடவா? இல்லை

மண் புழுக்கள் ஏன் நிலத்தில் ஊர்ந்த வண்ணம் உள்ளன,
நிலத்தை வளம் படுத்தவா? இல்லை

கோழிகள் ஏன் அதிகாலையில் கூவுகின்றன, நம்மை
எழுப்பவா? இல்லை

ஆலமரங்கள் ஏன் வளர்ந்து நிற்கின்றன, நமக்கு நிழல் தரவா?
இல்லை

பூச்சிகள் ஏன் பயிர்களை நாசம் செய்கின்றன, விவசாயிகள்
நஷ்டம் அடையவா? இல்லை

இவை அனைத்து ஐந்து அறிவு ஜீவன்களும் தம் வாழ்க்கையை
சிறப்பாக வாழ முயல்கிறது. அது மற்ற ஜீவன்களுக்கு
உபகாரமோ உபத்திரமோ செய்ய பிறக்கவில்லை

ஆறு அறிவு மனிதனே உன் வாழ்க்கையை விழிப்புணர்வுடன்
வாழ். அதுவே உனக்கும் மற்ற ஜீவன்களுக்கும் நன்மை
பயக்கும்.

9. உங்கள் வாழ்க்கையில் குரு என்பவர் யார்

பாடம் கற்பிப்பவர்.
கல்வி புகட்டுபவர்
ஊடுருவி பார்ப்பவர்
வாழ்கையின் பல்வேறு சாத்தியங்களை உணர்த்துபவர்

இருள் நீக்கி ஒளி ஏற்றுபவர். வழிகாட்டுபவர்
வாழ்ந்து காட்டுபவர். அருள் யாசிப்பவர்
வெளிப்பட தன்மையை உண்டாக்குபவர்
ஒரு எரியும் சக்தி, ஒளி தருபவர்

தீர்வு தருபவர் மட்டும் அல்ல ஆறுதல் கூறுபவர் மட்டும்
அல்ல
ஒரு உந்தும் சக்தி
தொலை தூரத்திலிருந்து கற்பிக்கும் சக்தி

நீங்கள் விரும்பினால் குரு என்னேரமழும் உடன் இருப்பவர்
உங்கள் மனக்கதவுகள் திறந்திருந்தால் குரு பல வழிகளில்
வழி நடத்துபவர்

சூரிய வெளிச்சம் போல் குரு கருணை, இரக்கம், கிருபை
குரு உங்களுடன் இருப்பவர் அல்ல உங்களுக்குள் இருப்பவர்
குரு கருணைமிக்கவர் இரக்கமுள்ளவர்

குரு நண்பர், ஞானம் தருபவர் மட்டும் அல்ல ஒரு தூண்டும்
சக்தி
குரு ஒரு சாலை வரைபடம்

குரு மனிதர் அல்ல ஒரு ஆளுமை. நீங்களும் குருவே

10.வாழ்க்கையின் அழகு

பள்ளி கல்லூரி பயிலும் காலம் அழகு

உழைப்பு மிகு பணி பயிற்சி காலம் அழகு
கடமை மிகு மேலாள் பணி காலம் அழகு
செயல் மிகு நிர்வாகி பணி காலம் அழகு

திறன் மிகு மேலாளர் பணி காலம் அழகு
தீர்வு சிந்தனை மிகு பொது மேலாளர் பணி காலம் அழகு

வெற்றி மிகு தலைமை நிர்வாகி பணி காலம் அழகு
பதிலாள் பின் பணி ஓய்வு காலம் அழகு

வாழ்க்கை எனும் நெடு நீள ஓட்டம் அழகன்றோ

11. ஆனந்தம்

நல்ல உணவு, காட்சி, இசை ஆனந்தமே

நல்ல மதிப்பெண், பரிசு, தகவல் ஆனந்தமே
நல்ல கல்வி, பதவி, வளர்ச்சி ஆனந்தமே

நல்ல குடும்பம், பிள்ளை ஆனந்தமே
நல்ல கனவு நனவான நிகழ்வு ஆனந்தமே

நல்ல எதிர்பாரா நிகழ்வு ஆனந்தமே
நல்ல, கனவு கான இயலா அதிசய நிகழ்வு பேரானந்தமே

நல்ல விழிப்புணர்வு மிகு செயல்கள் பேரானந்தமே

12. வாழ்க்கை எனும் கொண்டாட்டம்

நல்ல உணவு, உடை, இருப்பிடம் இன்பமே

நல்ல மதிப்பெண், பரிசு, பாராட்டு சந்தோசமே
நல்ல கல்வி, பணி, பதவி மகிழ்ச்சியே

நல்ல குடும்பம், உறவு, நண்பன் பேரின்பமே
நல்ல நினைவு, நிகழ்வு, குறிக்கோள் ஆனந்தமே

நல்ல விழிப்புணர்வின் ஆச்சரியம் பேரானந்தமே
நல்ல ஆச்சரியம் தரும் உற்சாகம் பரவசமே

நல்ல உற்சாக வாழ்வு கொண்டாட்டமே

13. .உண்மையான உந்தம்/ஊக்கம் எது

பணி ஓய்வு சிறிய இளைப்பாறும் காலம்
வாழ்வில் என்னை ஊக்குவித்த நபர்கள் பலர் என உணர்ந்தேன்

தேர்வு வெற்றிக்கு கைக்கடிகாரம் என்று உந்திய தாத்தா
போட்டி பரிசுக்கு பால் பாயசம் நிச்சயம் என ஆசை தூண்டிய
பாட்டி

அரசு கல்லூரி இடம் பெற்றால் வண்டி என இலக்கு வைத்த
அப்பா
இந்த வருட சிறுசேமிப்பு உனக்கு என அன்பு பொழிந்த அம்மா

மாநிலத்தில் முதல் இடம் பெற வேண்டும் என தூண்டிய
ஆசிரியர்
உனக்கு திறமைகள் பல என விழிப்பு தந்த தலைமை ஆசிரியர்

மச்சான், மாப்பிள்ளை, சகோ என உற்சாகம் செய்த உள்ளங்கள்
பலர்
பணி ஓய்வு சமயத்தில் மனம் அனைவருக்கும் நன்றி
நவிழ்ந்தது

ஆனால் எனக்கு என் சுயஊக்கமே பெருமை. அதற்கு நிகர்
அதுவே.
சுய ஊக்கத்தின் மறுபக்கம் உற்சாகம் என உணர்ந்தேன்.
உற்சாகம் ஒரு பெரும் சக்தி என உணர்ந்தேன்

வாழ்க்கை எனும் நெடிய பயணம் தொடர தயாராகிவிட்டேன்

14. ஒரு கவிதையின் சுயசரிதை

நான், படைப்பாளியின் குழந்தை. அவரின்றி நானில்லை.
அவருக்கு நன்றிகள் பல கோடி
நான், உருவான காலத்தில் வெட்டியும் ஒட்டியும் பட்ட
இன்னல்-கள் எண்ணிலடங்கா

நான், நீண்டுள்ளேன் என்று வெட்டியதால்
குறிகி சிறிதானேன்
நான், வாமன அளவுள்ளேன் என்று ஒட்டியதால் நீண்டேன்

நான், ஒருவழியாக வாசகர்களை.சென்றடைந்தேன்.
புகழும் வசையும் ஏராளம்
நான், என் குறைகளுக்கு வசை படுவேன்.
நிறை இருப்பின் பாராட்டு படைப்பாளிக்கே

நான், எதுகை-மோனை, நயம் குறைபாடு
என பட்ட அவலங்கள் பல
நான், சகல லட்சன அழகு என்றால் படைப்பாளி
ஒரு நாயகன்

நான், வாசகர்கள் பகுதி படித்து,
தொடராதலால் உதாசீனப்படுகிறேன்
நான், பல முறை போட்டி சூழ்நிலையால், சக
படைப்பாளிகளிடம் சங்கடப்படுகிறேன்

நான், ஒரு ஆன்மா. அழிவு இல்லை.
உருமாறி மறுபிறவி பெறுவேன்.

15. ஆசிரியர் மாணவர் உறவு

ஆசிரியர் மாணவர் உறவு ஒரு பரஸ்பர நம்பிக்கையே

ஆசிரியர் கேள்வி ஒரு சுய பரிசோதனையே
ஆசிரியர் தொடர்ந்து கற்பது, மாணவன் வினா வழியே

ஆசிரியர் புலமை, பரிவு, குணம், உடல்மொழி ஒரு ஆதிக்க வலிமையே
ஆசிரியர் அக்கறை,கடுமை ஒரு பிண்ணிப் பினைக்கும் பிடியே

ஆசிரியர் பட்டப் பெயர் மாணவன் கற்பனை வளமையின் சக்தியே
ஆசிரியர் மாணவர் சங்கம் செயல்கள் நல்ல கூட்டு முயற்சியே

ஆசிரியர், பாசமிகு அம்மா அக்கறையுள்ள அப்பா கலவையே

16.முயன்றால் முடியாதது ஒன்றும் இல்லை

சில பாடங்கள் கடுமை என்றாலும் முனைவர் ஆனவர் பலர்
பல விபத்தை சந்தித்த பின் விளையாட்டு வீரர் ஆனவர் பலர்
பலதரப்பட்ட இடையூறுகள் தாண்டி சாகசம் படைத்தவர் பலர்

பலத்த எதிரிகளை வீழ்த்தி போரில் வெற்றி வாகை சூடியவர்
பலர்
பற்பல போட்டித் தேர்வு தோல்விக்குப் பின் வெற்றி கண்டவர்
பலர்
பல்வகை வணிகத்தில் இழப்புக்குப்பின் பெரும் பொருள்
ஈட்டியவர் பலர்

பலவித நோய்வாய் பட்டும் நெடுங்காலம் சுறுசுறுப்பாக
வாழ்ந்தவர் பலர்
பல்லாண்டு சிறை பட்டும் சாதித்தவர்கள் பலர்
பல் முனை போட்டியிருந்தும் தேர்தலில் வெற்றி கண்டவர்
பலர்

பன் தொழில்களில் பின்னணி இல்லாமல் அதிபர் ஆனவர் பலர்

இவை அனைத்துக்கும் வித்து முயற்சியே என்பர் பலர்

17. தியாகத்திற்கு நிகர் தியாகமே

குழந்தை வளர்ப்பில் அன்பு அம்மாவின் தாய்ப்பாச தியாகம்

மெய்க்கட்டுப்பாட்டுடன் தம்மை பயிற்சியில் அர்ப்பணிக்கும்
ஒலிம்பிக் வீரர்களின் தியாகம்
தேசபக்தி கலந்த அஞ்சா நெஞ்சமுடைய எல்லையோரப் படை
வீரர்களின் தியாகம்

வியர்வை சிந்த உழைக்கும் உழவர்களின் தியாகம்
இரவு பகல் பாராது சிந்தனையுடன் உழைக்கும் தொழில்
முனைவோரின் தியாகம்

இயற்கைப் பேரிடர், விபத்து நிகழும் காலங்களில் உதவிக் கரம்
நீட்டும் அன்பு உள்ளங்களின் தியாகம்

ஏனைய தியாகத்திற்கு நிகர் தியாகமே. தியாகம் சாகசம்
படைக்கும். வரலாறு எழுதும்

18. நல்வாழ்வின் அஸ்திவாரம் - சேமிப்பு

நீர் சேமிப்பு வேளாண் பெருக்கும். தானியம் சேமிப்பு வறச்சி
காலங்களில் பாதுகாக்கும்

அறிவியல் பாட சந்தேகங்களின் சேமிப்பு விஞ்ஞான
வளர்ச்சியின் கிரியா ஊக்கி
அழகிய உணர்வின் சேமிப்பு கலைகளின் வெளிப்பாடு

உடற்பயிர்ச்சியின் சேமிப்பு நல்ல ஆரோக்கியம்
பொறுமை சேமிப்பு தவம். சொற்கள் சேமிப்பு மௌனம். அன்பு
சேமிப்பு கருணை உள்ளம்

தங்கம் சேமிப்பு வருங்கால ஆதாரம். பணம் சேமிப்பு
வாழ்க்கையின் மூலாதாரம்
சிந்தனையின் சேமிப்புதான் மன ஒருங்கிணைப்பு. அறிவின்
சேமிப்புதான் படைப்பு மற்றும் நுட்பம்

நேரம் சேமிப்பு சுறுசுறுப்பின் விளைவு. அதுவே அனைத்திலும்
உயர்ந்த சேமிப்பு

19. அளவுக்கு மிஞ்சினால் அமிர்தமும் நஞ்சு

இணைய வழி கல்வி கொரோனா காலத்தின் வரப் பிரசாதம். ஆனால் சூடாறிப்போன சாதமே!

கைபேசி (செல்) அற்புத கண்டுபிடிப்பு. ஆனால் நம்மை செல்லில் (சிறையில்) அடைக்கும் சாதனமே!

செயலிகளோ பிரமாதம். ஆனால் சில செயலியினால் மூளை மழுங்குதல் சாத்தியமே!

பயன்பாட்டுக்கு இம்மூன்றும் அமிர்தமே. ஆனால் அளவுக்கு மிஞ்சினால் பாதகமே!

20. இளங்கன்று பயம் அறியாது

இளங்குழந்தைகளுக்கு நெருப்பு பயம் இல்லை
இளம் சிறார்களுக்கு சாகசம் பயம் இல்லை

இளம் பருவத்தினர்களுக்கு வாகனம் பயம் இல்லை
இளங்கலை மாணவர்களுக்கு தேர்வு பயம் இல்லை

இளமை கால ஊதியர்களுக்கு செலவு பயம் இல்லை
இளம் காதலர்களுக்கு நேர விரயம் பயம் இல்லை

இளம் தம்பதியர்களுக்கு வாழ்க்கை பயம் இல்லை
இளம் பெற்றோர்களுக்கு பயம் தன் பயமறியா குழந்தைகளே

21. "நீட்" அச்சம் தவிர்

அச்சமில்லை அச்சமில்லை நீட் வந்த போதிலும்

சமச்சீர் பாடத்திட்டம் "நீட்" க்கு உகந்ததே. உயிரியலும் சுலபமே, வேதியியலும் எளிதே, இயற்பியலும் கூடி கற்றால் எளிதாகுமே.

அச்சமில்லை அச்சமில்லை நீட் வந்த போதிலும்

திட்டமிட்டு பயிலுதலும், ஒத்திகையும் அகில இந்தியா ஒதுக்கீடு இடங்களை வெல்லுமே

அச்சமில்லை அச்சமில்லை நீட் வந்த போதிலும்

22. உண்மையே உன் மதிப்பு என்ன?

தாயின் பொய் கலந்த சீராட்டும் பாராட்டும் தாய்ப்பாச
உணர்ச்சியின் வெளிப்பாடோ!

தந்தையின் பொய் தம் குடும்ப அக்கறையின் பிரதிபலிப்போ!

உண்மையும் பொய்யும் கலந்து இருப்பது குடும்ப சூழலின் ஓர்
அங்கமோ!

உண்மை எனும் கதா நாயகனுக்கு வில்லன் பொய்யினால் தான்
மதிப்போ!

23. முண்டாசு கவிஞரின் சாகசங்கள்

பன்மொழி புலமைமிகு பாரதியாரின் கவிதை களஞ்சியம் ஒரு அழகு பூங்கா

குழந்தைப் பாடல்கள் பூங்காவின் மல்லிகைப் பூக்கள். 'ஓடி விளையாடு பாப்பா' மதுரை மல்லி
கண்ணம்மா காதல் கவிதைகள் ரோஜா பூங்கொத்து. 'தீர்த்தக் கரையினிலே' ஒரு சிவப்பு ரோஜா

தமிழ் பற்று பாடல்கள் அல்லி மலர்கள். 'யாம் அறிந்த மொழியினிலே' மழை அல்லி
எழுச்சி, வீரம் நிறைந்த கவிதைகள் ஆம்பல் மலர்கள். 'அச்சமில்லை அச்சமில்லை' பாடல் நீல ஆம்பல்

தேசப்பற்று கவிதைகள் தாமரைக்குளம். 'பாடுக்குள்ளே நல்ல நாடு' செந்தாமரை
இயற்கைப் பாடல்கள் தேன் சொட்டும் பூக்கள். புதுமைப்பெண், நிலம், தொழில் என பற்பல புதுக் கவிதைகள்

இக்கவிதைப் பூந்தோட்டத்தில் மீசைக் கவிஞரின் நட்சத்திரப் படைப்பு வீர வசன எழுச்சிப் பாடல்களே

ர. கேசவமூர்த்தி

24. என்று தணிந்திடும் இந்த தாகம்?!

பெண்களுக்கு, சம ஊதியம் எனும் தாகம்
மாணவர்களுக்கு, விரும்பும் கல்வி பயில தாகம்

பட்டதாரிகளுக்கு, தகுந்த வேலை வாய்ப்பு தாகம்
பெற்றோர்களுக்கு, வரதட்சனை இல்லா திருமணம் தாகம்

கடன்பட்டோருக்கு, கந்து வட்டியில் விடுதலை தாகம்
பயணிகளுக்கு, விபத்தில்லா சாலை பயணம் தாகம்

பொது மக்களுக்கு, திருட்டு, கொள்ளை ஒழியும் தாகம்
இந்திய நாட்டுக்கு, ஒலிம்பிக் தங்கப் பதக்கம் தாகம்

என்று தணிந்திடும் இத்தனை தாகம்!

25. கல்வியின் மகத்துவம் - பழமொழிகள்

கற்றோருக்கு சென்ற
இடமெல்லாம் சிறப்பு - திருவள்ளுவர்

படிப்பு என்னும் படிகளில் ஏறினால் தான் மதிப்பு என்னும்
மாளிகை கிட்டும் - பேரறிஞர் அண்ணா

ஒரு பெண்ணுக்கு கல்வி தருவது ஒரு குடும்பத்துக்கு கல்வி
தருவதாகும் - கர்மவீரர் காமராஜர்

கண்டது கற்கப் பண்டிதன் ஆவான் - மகாபாரதம்

அறியாமை அகற்றி அறிவொளி தருவது கல்வி - திரு. வி.
கல்யாணசுந்தரனார்

26. மனிதாபிமானம் (Humanity)

நண்பனிடம் உரையாடலில், மனிதாபிமானம் எப்படி புரிந்து
கொள்வது என வினவினேன்

தாய்ப்பசு ஈன்றபின், உழவர்களின் பழக்க வழக்கங்கள் மூலம்
இதை புரிதல் எளிது என்றார்.

நன்கு வளர்ந்த கன்றை கோசாலையில் சேர்ப்பர் சிலர். கன்று
கசாப்பு கடைக்கு போவது தடுக்கப்படுகிறது

வளர்ந்த கன்றை விற்பர் சிலர். இதில் கன்று கசாப்பு கடைக்கு
அனுப்பப்படுவதை தடுக்க இயலாது

கன்றுக்கு இரு அல்லது ஒரு காம்பு பால் என பங்களிப்பர்
சிலர்

ஈன்ற கன்றை சில வாரங்களில் விற்பர் சிலர். கன்றுக்கு
தாய்ப்பால் சிறிது காலமே கிடைக்கும்

ஈன்ற பின் தாய்ப்பசுவிடம் இருந்து கன்றை, உடனடியாக
பிரிப்பர் சிலர்

மனிதாபிமானத்தின் சில நிலைகள் இவை என நண்பன்
முடித்தான்

27. பேச்சுத்திறன் வளர்க்க - பாகம் 1

சபை அறிந்து பேசுக
சமயம் அறிந்துபேசுக
பேசாது இருந்தும் பேசுக
கேட்பாரிடம் பேசுக

இனிமையாக பேசுக
சுருக்கமாக பேசுக
கோர்வையாக பேசுக
இயல்பாக பேசுக

ஏற்ற இறக்கத்துடன் பேசுக
சரியான உச்சரிப்புடன் பேசுக
தெளிவுபட பேசுக
தன்னம்பிக்கையுடன் பேசுக

குறுகிய காலம் பேசுக
பொருள் அறிந்து பேசுக
யோசித்து பின் பேசுக
உற்சாகமாக பேசுக

திறன் வளர்த்து வெற்றி பெறுக

28. பேச்சுதிறன் வளர்க்க - பாகம் 2

தலைப்பு நல்லா புரிஞ்சுக்குங்க
வாக்கியம் அமைச்சிடுங்க
குறிப்பு எழுதிடுங்க
வார்த்தை பொருத்தம சேர்த்திடுங்க

முதல் வாக்கியம் எளிதில் புரியணுங்க
வாசிச்சு பிழைகளை சரி செய்திடுங்க
ஒத்திகை பார்த்திடுங்க
நகைச் சுவையா பேசிடுங்க

தைரியமா பேசிடுங்க
தொடர்ந்து பேசிடுங்க
நன்கு பேசி கைதட்டை பெற்றிடுங்க
வெற்றி நிச்சயமுங்க

29. இனியும் வேண்டும் விடுதலை?

எதிர்மறை எண்ணத்திலிருந்து வேண்டும் விடுதலை! நேர்மறை எண்ணம் தோன்றும்?

வலியிலிருந்து வேண்டும் விடுதலை! வலிமை பெறலாம்?

இழப்பு எனும் பயத்திலிருந்து வேண்டும் விடுதலை! வாழ்க்கை நிலையற்றது என்ற உண்மை உணரலாம்?

ஏமாற்றத்திலிருந்து வேண்டும் விடுதலை! ஏற்றம் தரும் மாற்றங்களாக மாற்ற முடியும்?
அகந்தையிலிருந்து வேண்டும் விடுதலை! அன்பு பொங்கும்?

பேராசையிலிருந்து வேண்டும் விடுதலை! மனநிறைவு எனும் அமிர்தம் ஊரும்?
கோபத்திலிருந்து வேண்டும் விடுதலை! மகிழ்ச்சி தேடி வரும்?

மீண்டும் வேண்டும் விடுதலை

30. **சிக்கனம் கடைப்பிடிக்கலாமா!**

சிக்கனம் வழியாக நாட்டுக்கும் வீட்டுக்கும் உதவலாமா!

நடந்து சென்று தினசரி வாழ்க்கை வாழலாமா! சைக்கிள் சவாரி
மீண்டும் செய்யலாமா!
பயன் படுத்திய புத்தகங்கள் வாங்கி படிக்கலாமா!

பசிக்குப் புசித்து உணவு வீணாவதை தவிர்க்கலாமா!
துணி காலணிகள் வாங்குவது குறைக்கலாமா!

உடையை நாமே இஸ்திரியிடலாமா!
முகசவரம் முடிதிருத்தம் பழகலாமா!

வாரம் ஒரு முறை விரதம் இருந்து பார்க்கலாமா!
சிக்கனம் வழி வெற்றி வாழ்க்கை வாழலாமா!

31. மாணவர்கள் பலவிதம்

மாணவர்கள் பலவிதம். ஒவ்வொருவரும் ஒரு விதம்

அதிகாலையில் படிப்பவர் சிலர். இரவில் புத்தி தீட்டுபவர் பலர்.
விளையாட்டு வீரர்கள் சிலர். கணினி விளையாடுபவர் பலர்

மொழித்திறன் உள்ளவர் சிலர். மொழிகள் கலந்து பேசுவோர்
பலர்
கலை பழகுபவர் சிலர். சகல கலை ஆர்வலர் பலர்

சமூக சேவை ஆர்வலர் சிலர்
தொழில் கல்வி விரும்புவோர் பலர்

விஞ்ஞான பரிசோதனையில் ஈடுபடுபவர் சிலர்
அறிவியல் அறிந்தவர் பலர்

கேள்விகளைத் தொடுப்பவர் சிலர். பதில்களைக் கொடுப்பவர்
பலர்
தன்னை உணர்ந்தவர் சிலர். குறிக்கோள் உள்ளவர் பலர்

இந்தியாவை வல்லரசாக்க முயற்சி செய்வது ஒட்டு மொத்த
மாணவர் சக்தியே

32. மாத்தி யோசி

தொழிலில் போட்டி. குறைந்த லாபம். தரம் உயர்த்தலாமா என
மாத்தி யோசி
தேர்வு முறை மாற்றம். நேரடி கல்வி இல்லை. பயிலும் யுக்தி
மேம்படுத்தலாமா என மாத்தி யோசி

குடும்பத்தில் நிதி சிக்கல். சிக்கனம் கடைப்பிடிக்கலாமா என
மாத்தி யோசி
வேலை இழப்பு. வாய்ப்பும் குறைவு. கைத்தொழிலில்
ஈடுபடலாமா என மாத்தி யோசி

விளையாட்டு போட்டிகள் இல்லை. பயிற்சியாளர் ஆகலாமா
என மாத்தி யோசி
வாடகை சவாரி இல்லை. நடமாடும் அங்காடி போடலாமா என
மாத்தி யோசி

தொழில் நுட்பம் உண்டு. முதலீடு இல்லை. கூட்டு முயற்சியில்
ஈடுபடலாமா என மாத்தி யோசி
நிலம் உண்டு. நீர் வசதி இல்லை. மழை நீர் சேமித்து வறட்சி
தாங்கும் தாவரங்களை பயிரிடலாமா என மாத்தி யோசி

33.   காலம் - பல புரிதல்கள்

காலம் பொன் போன்றது. கடந்த காலம் சரித்திரம்.
எதிர்காலமோ மர்மம். நிகழ்காலம் தான் நிதர்சனம்.

இழப்பிலிருந்து மீண்டு வர சிறிது காலமாகும். துயரங்களுக்கு
விவேகமாக செலவிடும் காலமே மருந்து
காத்திருக்கும் காலம் ஓய்வெடுக்க, பிரார்த்தனை செய்ய,
திட்டமிட பயன்படும்

முற்பகல் செய்யின் பிற்பகல் விளையும் என்பது ஆன்றோர்
சொல். பொழுது கழிந்தால் அதே அளவு நேரம் மயானத்தை
நோக்கி நகர்கிறோம் என்பர்

இறப்பில் வாழ்வு காலாவதி ஆவதால் காலாமானார்
என்று அழைப்பர்
காலத்தினால் செய்த நன்றி இவ்வுலகத்தை விட பெரியதாகும்.
திட்டமிட்ட செயல் காலம் விரையம் குறைக்கும்

காலம், சக்தி இரண்டும் சேர்ந்ததே மனித வாழ்க்கை

34.. சாதனை மேல் சாதனை சாத்தியமே

ஹெலன் கெல்லரின் அயராத உழைப்பும் சாதனைகளும் நம்
யாவருக்கும் தெரியுமே

தொடர் வெற்றி சாதனையின் அஸ்திவாரமே
பலம், பலவீனம் அறிந்த ஆழ்மன நம்பிக்கை வெற்றியின்
மூலதனமே

வாய்ப்பு, சவால் இரண்டையும் ஈடுபாட்டுடன் எதிர்கொண்டால்
வெற்றி நிச்சயமே
சின்ன சின்ன விவரம் உன்னிப்பாக கவனித்தால் தொடர்
வெற்றி நிகழுமே

உடல், மனம், ஆற்றல் தகுந்த நேரம் உச்சமடைந்தால் தொடர்
வெற்றி சாதனையாக உருமாறுமே

சாதனை மேல் சாதனையும் சாத்தியமே

35.அனுபவம் எனும் பட்டறிவு

பட்டா தான் சிலருக்கு புத்தி வரும் என்பது பழமொழி

அக அறிவு, சூழ்நிலை அறிவு, சமூக அறிவு என இதற்கு பல
ரூபங்கள் உண்டு
கல்வி, விவாதம், கேள்வி கேட்டல், கூர்மை என்பன அறிவை
வளர்க்கும்

ஒவ்வொரு கணத்திலும் அனுபவித்து அறியும் பட்டறிவு
அறிவை மேம்படுத்தும்
பட்டறிவினால் புத்திசாலி ஆனவர் பலர். காயப்படுவோரும்
உளர்

அறிவும், அனுபவமும் நல் வாழ்வின் இரு கண்களன்றோ!

36. அடிமைத்தனம் அகற்றுவோம்!?

ஆகஸ்ட் 23 அடிமை விற்பனை ஒழிப்பு நாள். ஆனால்
அடிமைத்தனம் இன்னும் அகலவில்லை

பழங்கால அடிமைத்தனம் பற்பல. புகை, மது உலகெங்கும்.
குழந்தை தொழில், கட்டாய திருமணம் நாடெங்கும்.
கொத்தடிமை, கட்டாய பாலியல் அங்கும் இங்கும்

அலைபேசி, சமூக வலைதளம் என நவீன அடிமைத்தனம்
மாணவர் சமுதாயம் முழுவதும்

அகற்றுவோம்! அகற்றுவோம்!

கல்வி அறிவு, பொருளாதாரம் மூலம் பழங்கால
அடிமைத்தனம் அகற்றுவோம்

வேலை, உளவியல் மூலம் நவீன அடிமைத்தனம்
அகற்றுவோம்

37. திட்டமிடுதல்

ஒரு செயலை முறையாக செய்வதற்கு திட்டம் அவசியம். அது ஒரு பலம். வெற்றி காண ஓர் ஆயுதம்.

திட்டமிட்ட செலவு சேமிப்பின் முதற்படி. அம்மாவின் சிறுவாடு திட்டமிட்டதின் பலன்.

ஐந்தாண்டு திட்டம் நாட்டு வளர்ச்சியின் அஸ்திவாரம். நிதி திட்டம், மனித வள திட்டம் நிறுவனங்களின் அத்தியாவசியம்

சமையல் திட்டம் திருமணத்தின் முக்கிய அங்கம். கல்வி திட்டம் மாணவர்களின் வருங்கால வைப்பு நிதி

திட்டமிடுதல் ஒரு முறை செய்யும் செயல் அல்ல. திட்டங்கள் வெட்டியும் ஒட்டியும் உருமாறும்.

38. உரையாடல்

உரையாடல் மனித சக்தியின் திறவு கோல். குரு சிஷ்யன்
உரையாடல் உன்னதமானது

தாய் குழந்தை உரையாடல் வருங்கால சந்ததிக்கு வளமை.
சந்தை உரையாடல் சுவாரசியமானது
பண்ணு தமிழ் உரையாடல் ஒரு புதிய வகை.
பேசா உரையாடல் உண்டு. அதுவே மௌனம் என்பர்

உடல் மொழி உரையாடல் உண்மை விளம்பி. முதியோர்
உரையாடல் மனதிற்கு மருந்து
தலைவர்கள் உரையாடல் வளர்ச்சிக்கு வித்தாகும்.
உழைப்பாளிகளின் உரையாடல் பணி சுமைதாங்கி

உரையாடல் வாழ்வின் வழிகாட்டி!!

39. சிறந்த ஆசிரியர் யார்?

அகவை 60ல் இந்த சுய கேள்வியை கேட்டேன். நல்ல ஆசிரியர்கள் பலர் என பதில் கண்டறிந்தேன்.

அடுக்கு மொழி பேசி அசத்திய தமிழ் அய்யா. மிக்க அக்கறையுடன் சகல பாடம் கற்பித்த உள்ளூர் பயிற்சி ஆசிரியர்

குறையற்ற (பர்பெக்ட்) 100 என்று புகட்டிய கணிதப் புலி. காஷ்மீரை வர்ணனையால் கண் முன் கொண்டு வந்த புவியியல் ஆசிரியர்

அன்பாக விளக்கம் அளித்த அறிவியல் ஆசிரியர். மேலாண்மை கற்பித்த அறிவு ஜீவி. இலக்கணம் புகட்டிய ஆங்கில பண்டிதர்

புத்தி கூர்ந்த வியக்கத்தகு வினாக்கள் தொடுத்த என் மாணவர்களும் நல்ல ஆசிரியர்களே

சிறந்த ஆசிரியர் யார்? பட்டறிவும் நான் வரும் காலங்களில் சந்திக்க போகும் மாணவர்களும் என நம்புகிறேன்

40. மனநிறைவு எனும் அமிர்தம்

மனநிறைவு.....

செல்வம் பொறுத்தது அல்ல
சுற்றுச் சூழல் சார்ந்தது அல்ல
உடைமைகள் சேர்ப்பது அல்ல

எண்ணங்களின் பிரதிபலிப்பு அல்ல
எதிர்பார்த்த நடப்புகளின் விளைவு அல்ல
ஆசைகளின் முடிவு அல்ல

மனம் ஒரு புல்லாங்குழல் போன்றது.

மனம் காலியாக இருந்தால் நிறைவு எனும்
அமிர்தம், சங்கீதம் போல் உண்டாகும்

41. நண்பேண்டா

வாடா வாடா நண்பா
பள்ளிக்கு வாடா நண்பா
ஓடி விளையாடலாம் நண்பா

அனுபவம் பேசலாம் நண்பா
அவன் இவன் கலாய்க்கலாம் நண்பா
முகத்திற்கு நேர் முகம் தவிர்ப்போம் நண்பா

கை குழுக்கல் கூடாது நண்பா
கட்டி தழுவல் முடியாது நண்பா
உணவு பகிர்தல் வேண்டாம் நண்பா

இணைய வழி கல்விகலாட்டா பகிரலாம் நண்பா
திறன் வளர்ப்பு பற்றி உரையாடலாம் நண்பா
புரிந்து கொள்ளலாம் நண்பா.

வாடா வாடா நண்பா

42.   வளமையான வாழ்க்கைக்கு!?

மென்மையை நேசியுங்கள்
சாதாரணத்தில் சந்தோசம் காணுங்கள்

குறைகளும் அழகு என்று உணருங்கள்
வாழும் முறையோடு ஒன்றுங்கள்

அனுபவங்களை பெறுபவராக இருங்கள்
புதிய வழியில் சிந்தியுங்கள்

வலிமையை கூட்டுங்கள்
பொறுமையை பயிலுங்கள்

அன்பை பொழியுங்கள்

43.சிறந்த மாணாக்கன் யார்

ஆசிரியர் கற்பிப்பதை கூர்ந்து கவனிப்பவன்
கற்றதை தன் நடையில் நினைவுக் கொணர்பவன்

பாடத்தலைப்பின் முன் பகுதியை சேர்த்து புரிந்துக் கொள்பவன்
தலைப்பின் தொடர்ச்சி என்னவாக இருக்கும் என்று யூகிப்பவன்

படித்தது எங்கு உபயோகமாகும் என்று ஆராய்பவன்
ஏன், எதனால் ஆகிய கேள்விகளை எய்துபவன்

சந்தேகங்களுக்கு விளக்கம் கேட்பவன்
கற்ற கோட்பாடு சரியா தவறா என யோசிப்பவன்

வினாவினால் ஆசிரியரை சிந்திக்க வைத்து தெளிவு
பெறுபவன்

44. மனித நாகரிகம் - பொற்காலம் எது?

விஞ்ஞான வளர்ச்சிக்கு வித்திட்டான் மனிதன்.
இயந்திரம் கண்டுபிடித்தான்

நேரம், சக்தி விரையம் குறைத்தான். அதன் சேமிப்பில்
சக்திமிக்க இயந்திரங்கள் அதிகரித்தான்
விலங்கினத்தை அடிமையாக்கினான். இயந்திரத்திற்கு அடிமை
ஆகிவிட்டான்

இயந்திரங்கள் வளர்ச்சிக்குத் துணை புரியும். அதுவே நாகரிகம்
ஆகிவிடாது
தெளிவான சிந்தனை, சக மனித சமூக உறவு நாகரிகத்தின்
அம்சங்கள்

நாடுகள் இடையே சச்சரவு இல்லாத நிலை, ஏழ்மைக்கு தீர்வு
ஆகியவை நாகரிய வளர்ச்சியின் அடையாளங்கள்

அத்தகைய காலமே மனித நாகரிகத்தின் பொற்காலமாகும்

45. கோகுலாஷ்டமி

சிறையில் பிறந்தோனே
கோகுலத்தில் வாழ்ந்தவனே
வெண்ணெய் திருடியவனே

ஞானம் பெற்றவனே
தீயவர்களை அழித்து தர்மம் காத்தவனே
பசுக்களின் காவலனே

குழல் பாடி மாடு மேய்த்தவனே
ராதையின் காதலனே
கோபியருடன் விளையாடியவனே

குரு எனும் பதவிக்கு பெருமை சேர்த்தவனே
இவ்வுலகின் கதாநாயகனும் நீயே,
வில்லனும் நீயே, இயக்குனரும் நீயே

46. இளம் பருவம்

சக்தி, உந்தம் அதிகம் உள்ள காலம்
கற்பனை, கற்கும் திறன் வளரும் காலம்

ஏன், எதற்கு என்ற கேள்வி கேட்கும் காலம்
எதையும் முயன்று, ஆராய்ந்து பார்க்கும் காலம்

ஹார்மோன் சுரப்பு மிகுந்த காலம்
பெற்றோர் சொல்லை உதாசீனப்படுத்தும் காலம்

அம்மா பக்தி உச்சமடையும் காலம்
கோபம் மிஞ்சி உணர்ச்சி வசப்படும் காலம்

விழிப்புணர்வுடன் செயல்பட்டால் இது ஒரு பொற்காலம்

47. புதிய கோணம்/ சிந்தனை......

நியுட்டன் ஆப்பிள் விழுவதை கண்டு புதிய சிந்தனையில் ஈடுபட்டார். புவிஈர்ப்பு விசை கண்டு பிடிக்கப்பட்டது

வால்ட் டிஸ்னி எலி ஒன்றை புதிய கோணத்தில் பார்த்தார். மிக்கி மெளஸ் உருவாகியது

காமராஜர் பள்ளி செல்லாத குழந்தைகளுக்கு புதிய தீர்வு யோசித்தார். மதிய உணவு திட்டம் அமல் படுத்தப்பட்டது

சிங்கப்பூர் அதிபர் லீ தகுதி அடிப்படையில் அரசு ஊழியர்களை அமர்த்தினார். அந்த நாடு உச்ச வளர்ச்சி அடைந்தது

அஃதே தியானம் என்ற புதிய வழி நாம் யார் என்று அறிய உதவும். பூரண வாழ்வு சாத்தியமாகும்.

48. அன்புள்ள ஆசானுக்கு

அன்புள்ள ஆசானுக்கு என் சமர்ப்பணம்
வாழ்வில் நம்பிக்கை ஊட்டியவரே
அக்கறையுடன் பாடம் கற்பித்தவரே
அடுக்கு மொழி பேசி அசத்தியவரே

வர்ணனையால் நிகழ்வை கண் முன் கொண்டு வந்து
நிறுத்தியவரே

சந்தேகங்களுக்கு விளக்கம் தந்த அன்பானவரே
மேற்கோள் காட்டி கற்பித்த அறிவு ஜீவியே
இலக்கணம் புகட்டிய பண்டிதரே
ஏன், எதற்கு ஆகிய கேள்விகளை எய்த தூண்டியவரே
கற்பனை, கற்கும் திறன் வளர்த்த படைப்பாளரே

எதனையும் முயன்று, ஆராய்ந்து பார்க்கும் சக்தியை என்னுள்
புகுத்தியவரே

அக்கறை, கடுமை ஆகியவற்றால் பிண்ணிப் பிணைத்தவரே
புலமை, பரிவு, உடல் மொழி, குணம், ஆற்றல் மூலம் ஆதிக்கம்
செலுத்தியவரே

பலம், பலவீனம் உணர்த்திய பெருந்த*கை*யே
வாய்ப்பு, சவால் இரண்டையும் அடையாளம் **காட்டியவரே**
சாதனை மேல் சாதனை சாத்தியமே என்று உரைத்தவரே
நீர், பாசமுள்ள அம்மா, அக்கறையுள்ள அப்பா இருவரின்
கலவையே

49. விவேகம் எனும் மெய்யறிவு

விவேகம் தீயதை அழிக்க வல்லது

அகங்காரம், தான் எனும் ஆணவம் ஆகியவைகளைப் போக்க
வல்லது
துயரம், ஏமாற்றம் ஆகியவற்றை நீக்க வல்லது

உடமைகள் மேல் உள்ள பாசத்தை ஒழிக்க வல்லது
வேறுபாடுகள், இரண்டு பிற அபிப்பிராயங்கள் என உணர்த்த
வல்லது

பொறாமை, மனஸ்தாபம் இரண்டையும் குறைக்க வல்லது
ஞானமற்ற தன்மையை அகற்ற வல்லது

விவேகம் எனும் மெய்யறிவு மனதை அமைதியாக வைக்க
வல்லது

50. சொல்லாத ஆசை / காதல்

1960,70 களில் பள்ளி மாணவர்களின் சொல்லாத ஆசை /காதல் பல

காற்சட்டை போட வேண்டும் என்ற ஆசை
திரையரங்கில் சோபாவில் உட்கார்ந்து படம் பார்க்க ஆசை

மகிழுந்தில் பயணிக்க ஆசை
பெரிய மீசை, தாடியுடைய மூத்த மாணவர்களிடம் கொண்ட காதல்

சரளமாக ஆங்கிலம் பேசுபவரின் பால் காதல்
அலங்கார பாணியில் இரு சக்கர வண்டி ஓட்டும் வாலிபர்கள் ஈர்த்த காதல்

உயர்ந்த நிலையில் இருந்த அறிஞர்கள் மேல் காதல்
அந்த கால மாணவர்களின் ஆசை /காதல் பற்பல

51. சமூக மாற்றம்

மாற்றம் ஒன்றே மாறாதது என்பது நாம் அறிந்த ஒன்று. சமூக மாற்றம் அதற்கு விதிவிலக்கு அல்ல

தம்பதியார்களுக்குள் அழைக்கும் முறை சமூக மாற்றத்தின் ஒரு வகை அறிகுறியே

1950 களில் மனைவிகளை 'ஏய்' 'டேய்' என்றும், கணவர்களை 'அவர்', 'அவங்க' என்றும் அழைத்தனர்
60,70 களில் மனைவிகளை பெயர் சொல்லியும், கணவர்களை குழந்தை பெயர் சொல்லி அவர் அப்பா என்றும் அழைத்தனர்

80,90 களில் மனைவி பெயர்கள் சுருங்கியது. 'நீ' என்ற சொல் புகுந்தது. 'நீங்கள்' புழக்கத்திற்கு வந்தது.
2000 ல் 'நீ', 'நீங்கள்' என்ற சொற்கள் பயன்பாடு வளர்ந்தது

2010 களில் 'டி' என்று ஆண், 'டேய்' என்று பெண் பயன்படுத்தவது அதிகமானது.
2020 களில் மிருகங்கள் பெயர் வைத்து அழைப்பது தலை தூக்குகிறது

சமூக மாற்றத்தின் பிம்பங்களில் இதுவும் ஒன்று

52. எளிமை எனும் யதார்த்தம்

எளிமை என்பது ஏழ்மை அல்ல. உன்னதமான தர்மம்

இன்றும் 50 பைசா தபால் அட்டை, 5 ரூ தபால் ஆகியவை
மூலம் தகவல் பரிமாறலாம்
மிதி வண்டி, நடை உடற்பயிற்சிக்கு மட்டும் இல்லாமல்
அன்றாட வாழ்க்கை அம்சமாக மாற்றலாம்

ஆடம்பர கல்யாணம், ஆடம்பர வீடு தற்கால சாபக்கேடு.
அவசியமா என்று சிந்திக்கலாம்
தேவைக்கு மீறிய வாகனங்கள் ஏன், எதற்கு என்று ஆராயலாம்

விலை உயர்ந்த உடைகள், அழகு சாதனங்கள், வீண்
பயணங்கள் தவிர்க்கலாம்
மற்றவர்களை காட்டிலும் சிறப்பாக இருக்க வேண்டும் என்ற
எண்ணத்தை அழித்து விடலாம்

சாதாரணமாக இருப்பது தான் அசாதாரணமான விஷயம்
என்பதை புரிந்து கொள்ளலாம்

சாதனை மேல் சாதனை சாத்தியமே

சாதனை மேல் சாதனை சாத்தியமே